எழுமின் அன்பே

வெ.மாதவன் அதிகன்

வேரல்
புக்ஸ்

வேரல்
புக்ஸ்

வேரல் புக்ஸ் வெளியீட்டு எண்: 66

எழுமின் அன்பே * வெ.மாதவன் அதிகன்© * கவிதைகள் * முதல் பதிப்பு: மே 2023 * பக்கங்கள்: 108 * வேரல் புக்ஸ் * 6, இரண்டாவது தளம், காவேரி தெரு, சாலிகிராமம், சென்னை – 600093 * மின்னஞ்சல்: veralbooks2021@gmail.com * தொலைபேசி: 9578764322 * அட்டைவடிவமைப்பு: லார்க் பாஸ்கரன் * லேஅவுட்: சந்தோஷ் கொளஞ்சி

Ezhumin Anbe * V. Madhavan Athigan© * Poems * First Edition: May 2023 * Pages: 108 * Veral Books * No: 6, 2nd Floor, Kaveri Street, Saligramam, Chennai – 600093 * Email ID: veralbooks2021@gmail.com * Phone: 9578764322 * Wrapper Designed by: Lark Bhaskaran * Layout Designed by: Santhosh kolanji

Rs. 130

ISBN: 978-81-964126-1-6

முகாமிற்குத் திரும்பும் யானை

மிக நீண்ட இடைவெளி. எட்டு ஆண்டுகள் கழிந்து இந்த இரண்டாவது புத்தகமான 'எழுமின் அன்பே' வெளிவருகிறது. இந்த இடைவெளியில் நான் என்ன செய்துகொண்டிருந்தேன்? என்ன பெரிதாகச் செய்திருக்க முடியும். எல்லா மனிதர்களைப்போல உழன்றுகொண்டுதான் இருந்தேன்.

காதல், சாதி, அதிகாரம், பொருள், உறவுகள், சந்தை, அரசு, தொன்மையென ஒரு பன்றியைப் போல உழன்றுகொண்டிருந்தேன். உழலுவது இங்கு யாருக்கும் புதிதல்ல. ஆனால், பன்றிகளுக்காக இங்குப் பூக்கள் எதுவும் பூக்காமல் இல்லையே.

வாழ்வு எப்பொழுதும் இரண்டு இரண்டிற்குமான எதிர் எதிர் அமைவுடையதென எண்ணி இருந்தேன். ஆனால், அது அப்படியல்ல. எதுவும் எதனோடும் இணங்கிப் புன்னகைக்கும் மனமுடையதுதான். நாம்தான் அதைத் திரையிட்டு மறைக்கிறோமென்பதை இந்த எட்டு ஆண்டுகள் எனக்கு உணர்த்தியிருக்கிறது. இது சுய ஒப்புதல் என எண்ணினாலும் சரிதான்.

இந்தப் புத்தகம் முகாமிற்குத் திரும்பும் யானையைப் போல என்னை மெல்ல

நகர்த்திக்கொண்டு வந்திருக்கிறது. என் முதுகிற்குப் பின்னால் எப்பொழுதும் ஒரு கரம் தட்டிக்கொண்டே இருக்கும். அது கவிஞர் கரிகாலன் சாருடையது. என் வாழ்வில் சொற்களால் நிரப்பமுடியாதவர். மனிதர்களைக் குற்றங்களோடு ஏற்கும் மனமுடையவர். நான் எப்பொழுதும் அவர் முன் குற்றமுடையவனாகவே இருக்க விரும்புகிறேன்.

இந்தப் புத்தகம் வெளிவர துணை நின்ற வேரல் புக்ஸ் லார்க் பாஸ்கரன் அவர்களுக்கு நன்றியும் அன்பும்.

சர்க்கரைக்கடலை அடுத்துச் சிறு அலையென எழுந்து வருகிறது இந்த எழுமின் அன்பே. எப்பொழுதும் காதல் கொள்வோம் வாருங்கள்.

என்றும்

தீரா அன்புடன்

வெ. மாதவன் அதிகன்

எழுமின் அன்பே

என்னிடம் ஒரு தேன்குழல் இருக்கிறது
இரண்டாம் நூற்றாண்டில்
புன்னை மரத்தடியில் ஆடியவள் தந்தது
ஓராயிரம் தலைவிகளையும்
ஈராயிரம் வாயில் மறுத்தத் தோழிகளையும் கண்டது

சூர்ப்பனகையின் கொடுவரி கண்களின்
ஆசிப் பெற்றது
தூது உலா எனப் பாடிக் களித்தது
எழுதியும் பாடியும் அடங்காப் பெரும் பொருளது

நூற்றாண்டுகளாய்ச் சூளூற்று
தேனை உயிர்த்து வைத்திருக்கிறது

கொடியும்
குழையும்
தாழை மடலும்
துகிலும்
அணியும்
மணியும் கண்டது
ஆப்பில் டிஜிட்டல் டச்சை
துச்சமெனக் கொண்டது
இன்னுமென் கைகளில்
ஒரு வைரத்தைப்போல் ஒளிர்கிறது

இன்மொழிப் பொழுது
தருமெனத் தருவேன்
கொள்வோர் கொள்க
எழுமின் அன்பே

சிவந்ததெல்லாம் கனியென்றால்
மேலெழுகிற இச்சுடரென்ன
கனிச்சுடரா

காளியெனப்படுபவள்

கடைசி விதை நெற்களை
தன் மூக்கு துவாரங்களுக்குள் கொட்டிக்கொள்கிறாள்
காளி
ராஞ்சி வழியே கிழித்துக்கொண்டு
இருதயத்தின் வழி எங்கிலும் செல்கிறது

உரும நேரத்துச் சூரியனை மேலுற்றவள்
ஆ... அச்சென த்தும்புகிறாள்
மூக்கிலிருந்தும் வாயிலிருந்தும்
சிதறி விழுகின்றன உடல்கள்

ஆம்,
உடல்கள்
உடல்கள்
உடல்கள் எங்கும் கருத்த உடல்கள்

கூர்மங்கிய கடைசி நெல்லொன்று அவளது
கண் துவாரத்திலிருந்து விழுகிறது
பூமியின் வெடிப்பெங்கும் நிரம்புகிறது நீர்

ஆம்
நீர்
நீர்
நீர்
நீரே தான்
கண்மங்க சிரித்துச் சாய்கிறாள் காளி

ஆம்
நெல்
நெல்
நெல்
எங்கும் நெல்
நீயொரு மலரைப் போல் அல்லவா
வீழ்ந்திருக்க வேண்டும் காளி

என்னுடைய பெயர் மாதவன்

இதுதான்
என் ஆரம்பம்
என் பயணம் எல்லாம்

மாதவன் என்பது
மா
    த
       வ
          ன்
அவ்வளவுதான்

நான் எப்படிச் சொல்லிப் பார்த்தாலும்
அதன் முக்கியத்துவம்
பயன்
உக்தி
எல்லாம் ஒலிதானே

ஒன்றும் தெரியாமலிருப்பதில்தான்
எவ்வளவு ஆனந்தம்

சுழல்

விதையே
மரமே
இலையே
பூவே
காயே
கனியே
கனிச் சுவையின் தீயே

தீயே
தீயுண்ணும் நீரே
நீருள் ஆடும் ஒளியே
ஒளி மேவும் விண்ணே
விண்ணிறைந்த வளியே
வளி நிறைந்த நிலனே

நிலனீன்ற
புல்லே
பூண்டே
கனியே
காயே
பூவே
இலையே

மரமே
விதையே

யாவும்
சரணம்
சரணம்
சரணம்
என் தேவி

கனிந்தால் வீழ்வதுதானே
விதி வீழ்வது முளைப்பதில்
உனக்கென்ன சுமை

வாழ்வு

குட்டி இதயத்துக்குள்ள
குட்டிக் காதலிருக்கு
குட்டிக் காதலுக்குள்ள
குட்டிக் கனவிருக்கு
குட்டிக் கனவுக்குள்ள
குட்டி வீடிருக்கு
குட்டி வீட்டுக்குள்ள
குட்டி அறைகளிருக்கு
குட்டி அறைகளுக்குள்ள
குட்டிச் சாளரமிருக்கு
குட்டிச் சாளர வெளியில்
குட்டித் தோட்டமிருக்கு
குட்டித் தோட்டத்தில்
குட்டி விரல்கள் பதியமிட்டச் செடியிருக்கு
குட்டிச் செடியில்
குட்டிக் குட்டிப் பூக்களிருக்குக் காய்கனிகளிருக்கு
குட்டி வாழ்வொன்று வாழ்கிறது
குட்டிக் கரத்தினால்
குட்டி ஆசிர்வாதம் கொடு – என்
குட்டித் தெய்வமே

தியா

கருத்த உன் மேனியில் தழைத்திருக்கும் இவ்வெண்புடவை
அருவியாகுமெனில்

நான் அதன் சிட்டுக் குருவியே தேவி

வீடு

என் உடல் வீடாக மாறியிருக்கிறது
பிடரியில் ஒரு ஜன்னல் இருக்கிறது
அதிலிருந்து பார்க்கையில்
மரங்களில்லை
பறவைகளில்லை
மேகங்கள் தெரிவதில்லை
ஏன் காற்றும் மழையும் கூட இல்லை

என் முகம் தூண்களாகவும்
கண்ணாடி இழைகளாகவும்
வண்ண விளக்குகளாகவும் ஒளிர்கிறது
ஆனால், வருவோர் போவோர் எவருமில்லை

என் வயிறு முழுக்க
கிரேனைட் கற்கள் நிரம்பி இருக்கின்றன
எனக்குப் பசியில்லாமல் பார்த்துக்கொள்கின்றன

என் தலைக்கு மேல் தண்ணீர் தொட்டி இருக்கிறது
அதில் கொஞ்சம் மீன் குஞ்சுகளை வளர்க்கிறேன்
வீட்டுக்கடன் வட்டி விகிதத்தை
அவை கொப்பளித்து நினைவூட்டுகின்றன

எல்லாவற்றிற்கும் மேலாக
எனக்கொரு இதயம் இருக்கிறது
அது வீட்டின் சிறு மாடமாகக் கூட மாறவில்லை

எறும்பு

நான் வளர்க்கும் எறும்பிற்குப் புத்தி மட்டு
சதாகாலமும் டைனோசர்களோடு சண்டையிடுகிறது
விலையேற்றத்தின் போதெல்லாம் கனத்த வாளை
வெற்றிடத்தில் வீசுகிறது
காதலிகளின் கண்களில் இருந்து
சர்க்கரைக்கட்டிகளைத் திருடி என் ரத்தத்தில் சேர்க்கிறது
மனிதக் காதுகளுக்குள் நுழைவதன் மூலம்
உலக ஞானம் கிட்டுமென நம்புகிறது
கால்நடையாகவே பாறைகளைத் தேய்த்துக் கடந்தாலும்
பென்ஸ் கார்களின் மீது விமர்சனங்களை எறிய
மறப்பதில்லை
கோட்டைகளைக் கட்டி சிம்மாசனம் அமைத்தாலும்
அது புற்று மண்தான் உட்கார்ந்திருப்பவள் ராணிதான்
உள்ளூர் கவுன்சிலர் முதல் உலகத் தலைவர்கள் வரை
வம்புக்கிழுக்கிறது
கடைசிவரை அதே ரத்தம் தான்
வல்லரசுகளின் தோட்டா முனைகளின் மீது
மழைக்கால சினை முட்டைகளைப் பதுக்கி வைக்கிறது
எல்லைகளைத் தாண்டாத அதன் உடலைத் தான்
பன்னாட்டு நிறுவனத்தின் HIT அடித்து
கூட்டிப் பெருக்கிக் குப்பையில் கிடத்தினார்கள்

குறையொன்றுமில்லை

என்னுடலை
என் கனவிற்குள் புதையுங்கள்
நானென் கனவுகளாகவே முளைப்பேன்

நான் கண்ட மரமாக
நான் கண்ட வீடாக செழித்த நிலமாக
நான் கண்ட காதலாக இணையாக
நான் கண்ட மக்களாக
நான் கண்ட பாடலாக இசையாக
நான் கண்ட புள்ளாக மாவாக

ஆனால்
நீங்கள் எப்படி என் கனவிற்குள்
என்னைப் புதைக்க முடியும்

உங்கள் ஒழுக்க விதி முறையிலா
உங்கள் சாதிமத வருண முறையிலா
உங்கள் தவறான பொருளாதார வழியிலா
உங்கள் ஆசா பாச விருப்பங்களாலா
உங்கள் ஓய்வு நேரங்களில் கண்ணீர் சிந்தியா

பின் யாவும் புன்னென கண்ட பின்
வேண்டுமானால் ஒன்று செய்யுங்கள்
பிணத்தின் முன் நின்று

ஓ... வெனச் சிரியுங்கள்
சத்தமாகச் சிரியுங்கள்

நிறை

பன்றிகளுக்காக
பூக்கள் எதுவும் பூக்காமலில்லை

பன்றிகளின் பசிக்கு
கனிகள் எதுவும் கனியாமலில்லை

பன்றிகளுக்காக முத்தமிட
இதழ்கள் எதுவும் இல்லாமல் இல்லை

பன்றிகளுக்காக
பயண நேர ஜன்னல்கள் இல்லாமலில்லை

பன்றிகளின் இறைச்சிக்கு
மேசைகளின் மீது எப்பொழுதும் பசியுண்டு

பன்றிகளுக்காக
ஆயுதக்கிடங்கில் எப்பொழுதும் ஒரு ரவையுண்டு

பன்றிகளுக்காக உடன்
விழுந்து சரிந்திட எப்பொழுதும் ஒரு
மலையுண்டு

பேருந்து நிலையங்கள்

பேருந்து நிலையங்கள்தான்
எவ்வளவு தாயுள்ளம் கொண்டவை

ஆகாசத்திலாடும் சிறுமியின் பசியை
கடவுளர் வீற்றிருக்கும் பிச்சைப் பாத்திரத்தை

புளிப்புப் பழங்களை விற்பவனின்
இனிப்புக் கனவுகளை

பிரியாணித் தின்றவர்களுக்கான இஞ்சி மரப்பாவை
ஆயுள் முழுவதும் நிவாரணம் தேடுபவனை

சமோசா விற்பவனின் கோபத்தை
சிப்ஸ் விற்கும் சிறுவனின் சிரிப்பை
காதலை கள்ளக்காதலை

இப்படியாக
பேதலித்தவன் தன் இடக்கையால் வீசியெறியும் பழையதை
தின்னும் நாயின் கண்களில் சுடரும்
கருணை விளக்கில் ஒளிர்கிறதே
இந்தப் பேருந்து நிலையம்

இதன்
தாயுள்ளம்தான் என்னே பராபரமே

எக்ஸ் ஒய் இசட்

மூன்றாவது முறையாக எனக்கு
பைத்தியம் பிடிக்கிறது

ஆனால்,
இது குளிர்காலம்

கடந்த இரண்டு முறையும்
வெயில் தலையில் இறங்கிய போது
தக்காளியின் விலை ஐம்பது ரூபாயாய் இருந்தது

எண்பது ரூபாய் குவாட்டர்
தொண்ணூறு ரூபாயாய் ஆன போது
சைடிஷ் இன்றி குடிக்கப் பழகினேன்

அதிலிருந்துதான் முழு பைத்தியமானேன்

குளிர்காலத்தில் புத்தி பேதலிப்பதென்பது
அவ்வளவு ஆபத்தில்லை
ஆனால்,
பெரிய வெங்காயத்தின் விலை
நூறு ரூபாயாக இருப்பதுதான் கவலைக்கிடம்

தெருநாயைப் போல் உயிர் உடலுக்குள் ஓடுவதை
சகித்துக்கொள்ள முடியவில்லை

பேதலித்தலின் மோட்சநிலை எட்டுகிறபோது

இந்த மழைக்காலத்தில்
பெட்ரோலின் விலை முப்பது காசுகள் குறைகிறது

மீண்டும்
நானும் எக்ஸ் ஒய் இசட் எல்லோரும்
வழக்கம் போல தன் நாய்களை
தடவிக் கொடுத்துக் கொள்கிறோம்

மயிர்

சவரம் செய்யாத முகத்தில்
கருப்பு அருவியென விழுகிறது தாடி

இனி
என்ன செய்ய?

முகத்தின் கீழ் தாவாயை தடவிக் கொண்டு
முற்றத்தை நோக்கி அமர்ந்திருக்கலாம்

நிலைக் கண்ணாடியின் முன் நின்று
பச்சைநிற சீப்பால் சீவிக் கொண்டிருக்கலாம்

ஒரு யோகியைப் போல ஜிப்பா அணிந்தால்
இன்னும் பொருத்தமாய் இருக்கும்

தாடைகள் குலுங்கக் குலுங்க ஏசுதாசைப்போல
பாடலொன்றைப் பாடலாம்

விழாக்களில் முன்வரிசையில் அமர்ந்து
போட்டோக்களுக்குப் புன்னகைக்கலாம்

தாடியின் ஆன்ம புண்ணியத்தைச் சொல்லி
யாரையாவது பித்தாக்கலாம்

எப்பொழுதும் கண்களை அரை மூடலில் வைத்திருப்பதன்
மூலம்
தாடி மேலும் வலிமை பெறும்

எதுவும்
செய்ய இயலவில்லை எனில்
எல்லா மயிர்களையும் மழித்து விட்டு
மீண்டும் மயிர் வளர்க்கலாம்

உங்களை எப்படிக் காதலிப்பது

உங்கள் நாய்க்குட்டியின் பெயர்
சுப்ரமணியாக இருக்கிறது

வியப்பென்றால் 'அய்யோடா'
என்கிறீர்கள்

உற்சாகத்தில் துள்ளிக் குதித்து
தலையை முட்டுகிறீர்கள்

மேலும்
கொம்பு முளைக்கும் கதையைச் சொல்கிறீர்கள்

எது சொன்னாலும் 'நெஜமாதா சொல்றீயா' என
முணுமுணுத்துக் கொள்கிறீர்கள்

உங்கள்
முகவரியோ தொடர்பெண்ணோ கேட்டால்
'ஒதபட போற' என கழுத்தை சாய்த்துக் கொள்கிறீர்கள்

புதிதாய் உங்கள் நெற்றிகளில் சந்தனம் மணக்கிறது
ஜவ்வாதிற்கு மட்டும் ஆசிர்வாதமில்லை
அதே யார்ட்லியின் மணம்தான்

விசேஷ நாட்களில் வெண்பட்டு உடுத்திக்கொள்கிறீர்கள்

இப்பொழுது சொல்லுங்கள்
உங்களை எப்படிக் காதலிப்பது

நெஞ்சம் மறப்பதில்லை

நீ
எழுபதுகளில் மலையடிவாரத்தில்
மலர் கொய்து கொண்டிருந்தாய்

இதழுதிர்ந்து
சூலழிந்து
பிஞ்சாகி
காயாகி
கனியாகி வீழ்கையில்

நிலமெல்லாம் பச்சயம் நீங்கி வளர்ந்தது

கடைசியாய்
உன்னை ஷாப்பிங் மாலொன்றில்
ஸ்கூட்டியோடு பார்த்ததாய் ஞாபகம்

அலை எழுவது நின்று
மரங்கள் அசைவது நின்று
பறவைகள் பறப்பது நின்று
மின்னலும் இடியும் அசைவற்று
நின்று விடுபடுகையில்

நான்
மீண்டும் மலையடிவாரத்தில் பிறந்தேன்

தேவிகா
நீ இப்பொழுதும் அங்குதானே

மலர் கொய்து கொண்டிருக்கிறாய்?

தெருநாய்

எனக்குப் பூனைகள் தேவையில்லை
அதன் வெல்வெட்டு மேனியோ
ஒளிரும் காக்கி நிறக் கண்களோ

எனக்குப் பாம்புகள் தேவையில்லை
அதன் வழுவழுப்பான நீண்ட உடலோ
நிலவை விழுங்கும் பற்களோ

எனக்குப் புலிகள் தேவையில்லை
அதன் கொடுவரி கோடுகளோ
பெருத்த சிரமோ

எனக்குப் பறவைகள் தேவையில்லை
அதன் சாம்பல் நிறமோ
உலகை அளக்கும் சிறகுகளோ
எனக்குத் தொட்டில் மீன்கள் தேவையில்லை
அதன் வண்ணமோ
உருண்டு திரண்ட வயிறோ

எனக்குப் பம்மரின்கள் தேவையில்லை
அதன் சோம்பப்படி மயிர்களோ
புணர்ச்சிகளின் விந்தைகளோ

நான் தெருநாயின் பாதங்களைத் தொடர்பவன்
வளர்ப்பாரற்ற தெருநாயை

தொழில்நுட்பமோ
அரசியலோ தெரியாத தெருநாயை

சிக்கன் கடைகளின்
கழிவுகளைத் தின்னும் தெருநாயை

மதுக்கூடங்களில் சுற்றும் தெருநாயை
ஆற்றுப்படுகைகளில் புரளும் தெருநாயை
சுற்றுலாத் தளங்களில் அலையும் தெருநாயை

மார்கழி மாதத்தை யாசிக்கும் தெருநாயை

மேலும்
நகர்ப்புறத்தில் நின்று
நகரை வெறித்து நோக்கும்
தீர்க்க தரிசியான ஒரு தெருநாயை

நதி

மூவர் பாடல்களை நீங்கள்
தேடி அலைய வேண்டியதில்லை

கல்வெட்டுகளையோ
தொல்லியலின் துணையோ ஒருபோதும் தேவைப்படாது

புராண இதிகாசங்கள் உண்மையைத் தின்றவை

கதாவிலாசங்களை முழுவதும் புறந்தள்ளுங்கள்
கூகுலின் நவீன வலையில் காண்பதென்பது
ஆழ்கடலில் உப்புக்கட்டியைப் பத்திரப்படுத்துவதாகும்

இந்நதியின் மூன்றாவது படித்துறையில்
இரவுபகல் பாராது காரிஉமிழ்ந்து கொண்டிருக்கும் இந்த
பைத்தியக்காரியைக் கேளுங்கள்

புனித வீசம் பெற்ற இந்நதியின் கதையை
குழ குழவெனத் துப்புவாள்

ஒளி

பகல் கருப்பாகிக் கொண்டேயிருக்கிறது
இரவு மேலும் தன்னை அடர்த்தியாக்கிக் கொள்கிறது

நள்ளிரவில் பேருந்து நிலையம்
தனித்த மஞ்சள் நியான் ஒளிகளில்
சமிக்ஞை கொடுக்கிறது

தன் ஒயர்லஸ் கருவியைப் பொருட்படுத்தாது
தன் பங்கிற்கு ஆழ்ந்து உறங்குகிறார் காவலர்

நமந்த பீடியின் கசப்பை
தொண்டைக்குழியில் இறக்குகிறான் கிழவன்

கடைசிப் பேருந்தின் மறையும் சிவப்பு ஒளி
முழுவதும் கைவிடுகிறது அவளை

திரௌபதியளித்த கிழிந்த புடவை
நுனியைச் சுழற்றிக் கொண்டிருக்கும்
இந்தப் பைத்தியக்காரியை விட்டு
எப்படி நகர்வது

அபிராமி தாயே
பட்டருக்கு வீசியெறிந்த குழையின் ஒளி
இவளுக்கும் பௌர்ணமியாய் ஒளிராதோ

பாலம்

மலத்தின் வாடையில்
மது அருந்துபவர்களின் நியாயங்களை
உடையது இந்தப் பாலம்

வெயிலையும் மழையையும்
சுமந்து திரியும் பைத்தியக்காரர்களின்
தண்நிழல் இந்தப் பாலம்

தலை துண்டிக்கப்பட்ட உடலை
காத்து நிற்கும்
பெருங்கருணை உடையது இந்தப் பாலம்

சிறுமிகளின் அலறலை
மூடி செவிடாக்கியது இந்தப் பாலம்
இந்நகரின் கழிவுநீரை உறிஞ்சி
வளர்ந்தது இந்தப் பாலம்
இதன் மேலிடப்பட்ட டிஜிட்டல் சர விளக்குகள்
எப்படி ஒளிர்கிறது பாருங்கள்

கர்வம்

என் கால்களோடு கொஞ்சம் பேச வேண்டியிருக்கிறது
இதுவரை என் கால்களோடு நான் பேசியதில்லை
இன்று அதன் கர்வம் அழிந்து
தலைதொங்கி நிற்பதைப் பார்க்கிறேன்

சராசரியை விட சற்று கூடுதல் என்பதில்
பெருமிதம்கொள்ளும்
கூட்ட நெரிசலில் தொலைவில் இருப்பதைப் பார்க்கிற
போதெல்லாம்
என் கால்கள் என் தலைக்கு மேல் வந்து நிற்கும்
நடக்கிற போது ஓரடியாவது
முன்னோக்கி வைப்பதில் நமட்டுச் சிரிப்பிருக்கும்
இந்நகரில் நடந்தே கழித்த காலங்களை
ஓயாது தற்பெருமைப் பாடும்
தனக்கொரு நெடிய மரபிருப்பதை
தாத்தா அப்பா சகோதரன் பிள்ளைகளென
சாட்சியங்களை நிறுத்திப் பார்க்கச்சொல்லும்
நான் எப்பொழுதும் அதற்குக் கடன்பட்டவனாக
இருப்பதில்
அவ்வளவு ஆனந்தம்

ஆனால்,
காலம் கால்களுக்கு எந்த விலக்கும் தருவதில்லை
அதன் எலும்பை மயிரளவு கீறிவிட்டது
நான் தவளை ஆனேன்

கைகளைத் தரையில் ஊணி
தவழ்ந்து தவழ்ந்து கழிவறை போனேன்
மேல்நோக்கிப் பாயும் அருவியைப் போல
வலி பாதத்திலிருந்து பரவியது
கைகளுக்கு கால்களைக் கண்டு அடக்கமுடியாத சிரிப்பு
நான் பேச வந்த எதையுமே பேசவில்லை
கர்வம் அழிந்த ஒருவனிடம் பேச என்ன இருக்கிறது

அழுகை

அழுகையைப் போலொரு துணையில்லை
தாளொன்னாத சுமைகளை அழுகைதான்
இறக்கி வைக்கிறது

அழுபவர்களை நான் தேற்றியதில்லை
மாறாக ரசித்திருக்கிறேன்

மௌனமாக அழுவது
கண்களை மட்டும் பனிக்கவிடுவது
சரலைக்கற்களைப் போல் கொட்டித் தீர்ப்பது
கைகளைப் பிணைத்துக்கொண்டே நிற்பது
ஓலமிட்டு வான்நோக்கி அழுவது
மறைந்து நின்று அழுவது
இடத்திலிருந்து எழுந்து செல்வது
தோள்களில் சாய்ந்து அழுவது
சிரித்துக்கொண்டே அழுவது
கண்ணீரின்றி பார்த்துக்கொண்டே இருப்பது

அழுகைக்கு கண்ணீர் தேவையில்லை
அழுகைக்கு சுமையின் அளவு தேவையில்லை
சிறிதோ பெரிதோ சடசடவென
வேலையாட்களைப் போல இறக்கிவிட்டுப் போய்விடும்

அழுகை இல்லையென்றால்
எல்லோரும் அநாதைகள் தானே

மை

பெண்ணின் தற்கொலையை எழுத
அவளின் அந்தரங்கத்திற்குள்ளிருந்தே மை எடுக்கிறோம்
முடிந்தவரையில் அது சிவப்பு மையாக இருக்குமாறு
பார்த்துக்கொள்கிறோம்

அவளுக்கே தெரியாத அவளின் படுக்கையறையை
அவளே அறிமுகமாகாத அவளின் ஆண் நண்பனை
அவளே களைத்திடாத அவளின் தாய்மையை
அவளின் அலைப்பேசிக்கே தெரியாத குறுஞ்செய்திகளை
அவளுக்கே தெரியாத அவளின் கைப்பை ரகசியங்களை
அவள் ஒரு போதும் ஆடிடாத இரவுநேர விடுதி
நடனங்களை
அவள் கடைசிவரை அருந்திடாத மது புட்டியை

இப்படி அவளே அறியாதவற்றையெல்லாம்
எழுதி முடிக்கிறோம்

இறுதியில் பிணவறை நிர்வாணத்தில்
ஒருவன் மச்சத்தை தேடுகிறான்

அவள் சற்று ஒருக்களித்துப் படுக்கிறாள்

அடியே தேன்மொழி

தேன்மொழி
தன் நாய்க்குட்டிகளுக்குப் பெயர் வைக்க வேண்டி
மலையேறி இறங்கியிருக்கிறாள்

பெரிய வாய்க்காலின் வழிவந்த
மாந்த்ரீகனொருவன் தன் கமண்டலத்திலிருந்து
பிணங்கள் மிதந்த நீரை
அவள் தலையில் தெளித்து இப்படி சொல்லியிருக்கிறான்

“ஜஜாஜிஜீஜுஜூஜெஜே ஜைஜொஜோஜௌ
ஷஷாஷிஷீஷுஷூஷெஷேஷைஷொஷோ
ஸஸாஸிஸுஸெஸேஸைஸொயோ
ஸோ

ஹஹாஹஹஹுஹூஹெஹேஹை
ஹொஹோ
க்ஷக்ஷாக்ஷிக்ஷுக்ஷ க்ஷெக்ஷே க்ஷேக்ஷைக்ஷொக்ஷோஸ்ரீஸ்ரஸ்ரீ…”
இந்த எழுத்துக்களில் தொடங்கும்படி பெயர் வை

மேலும்
அதற்கிடும் உணவின் பெயரும்
இவ்வெழுத்துக்களிலேயே தொடங்க வேண்டும்

எல்லாவற்றிற்கும் மேலாக
அதன் நெற்றியில் பிறந்த வருடம் எழுதியிருக்க வேண்டும்
இப்போது அந்நாய்க்குட்டியின் நாவுகளில்
ஜௌஜைஜௌ—வாக உமிழ்நீர் சுரக்கிறது

தேன்மொழிக்கும்தான் கவலை
அதன் பீ,
ஜீஜௌஜைஜௌ—வாக கொட்டுமா அல்லது
ஜைஜௌஜீ—யாக கொட்டுமா

பேஸ்மட்டம் வீக்

குற்றத்தை செய்து கொண்டேயிருக்கிறார்கள்
அவளிந்தச் சாக்கடையின் நடுவில்
குப்பை பொறுக்கிக் கொண்டிருந்த போதுதான்
பூப்படைந்த குருதியால்தன் புனிதம் கெட்டது
நாயின் வாயிலிருந்து பிஸ்கட் துண்டுகளை
குழந்தைகள் பிடிங்கித் தின்ற போதுதான்
நட்சத்திர விடுதிகளுக்கு காவலைக் கூட்ட
வேண்டியதாயிற்று
நடைமேடையில் முதலிரவை கழித்தவர்களால் தான்
கடவுள் நள்ளிரவில் தூக்கிட முயன்றார்
நூறு ரூபாய்க்கு படகின்பின் ஒதுங்கியவர்களால்தான்
இரவு பப்களுக்கு கேடுபேர் நேர்ந்தது
தலைப்பிரட்டைகளை மீனெனப் பிடித்தவர்களை
எவ்வாறு சிறையிலடைப்பது
அமாவாசை என்றுகூட பாராமல்
கருவாடு தின்றவனால்தான்
பித்ருக்களின் ஆன்மா தெருநாயைப்போல
மூச்சிரைக்க சுற்ற நேர்ந்திருக்கிறது
மதுக்கூடத்திற்கு வீட்டிலிருந்து
தண்ணீர் கொண்டு சென்றவனால் தான்
நிலத்தடி நீர் வற்றியது
இவர்களால்தான் குற்றமொரு மோந்தா கோலியானது
மூலவியாதியர்களெல்லாம் எழுந்து நிற்க
கால்கள் சூம்பியவனின்மேல்
விழுகிற அடி உதைகளுக்காகத் தான்
பேஸ்மட்டம் வீக்கான கால்களோடு
நாமும் நிற்க வேண்டியிருக்கிறது

ஓ ஹோ... ஆ ஹா

எனது மூன்று இட்லிகளைக் காணவில்லை
ஒன்று
மருத்துவமனைக் கழிவிலிருந்தும்
இரண்டாவது
நாவற்கனியின் ஊதாநிற இருட்டிலிருந்தும்
மற்றொன்று
வெள்ளரிகளின் கோடைகால உப்பிலிருந்தும்
கொண்டுவந்தது
இட்லிகளை இரட்டிப்பாக்கும்
கடவுளின் நாமத்தைப் பாடிக்கொண்டே
அவரின் இரகசிய பெட்டகத்திலிட்டிருந்தேன்
பசித்த முன்னிரவில்
இட்லிகள் ஊசிப்போனதாய் சொன்னவரிடம்
வயிற்றில் கட்ட ஈரத் துணி கேட்கவும் வழியில்லை
ஒட்டடை அடைந்து சிலந்திகள் அலையும் வயிற்றுக்கு
அரைத் தேக்கரண்டிச் சர்க்கரைப் பொங்கலிட்ட
அவரின் கருணையைக் கண்ட போதுதான்
அளப்பரிய பாடலொன்றின் பொருளை உணர்ந்தேன்
பஜ கோவிந்தம் பஜ கோவிந்தம் பஜ கோவிந்தம்
ஆஹா...
பஜ கோவிந்தம் பஜ கோவிந்தம் பஜ கோவிந்தம்
ஓ ஹோ...
ஆஹா...

டக்டக் டக்குடக்கு டக்கு...

நீங்கள் செல்ல வேண்டிய வழிஇதுதான்
பன்றிகள் புணரும் சகதியைக் கடந்தால்
ஆணுறை பொறுக்குபவனின்
பாடலொன்று கேட்கும்
அங்கிருந்து இடது பக்கம் திரும்பினால்
கீற்றுக் கொட்டகை வாயிலில் கிழட்டு வேசியொருத்தி
நமத்த புகையிலையைக் கசக்கி விரல் நீட்டுவாள்
அதன் அனுசரிப்பில் தெரியும்
பழைய நடிகையின் பங்களாவிற்குள்
நுழைந்து விடாதீர்கள்
நாய்கள் தின்ற குழந்தையின் உடலை
தாண்ட வேண்டியிருக்கும்
பூங்காக்களில் உறங்குபவனின் கால்வெடிப்புகளை
உற்று நோக்கினால் முட்டுச் சந்து தெரியும்
கள்ளச்சாவி தேடுபவனை விலக்கிச் செல்லுங்கள்
முழங்காலுக்கு எச்சிலால் மருந்திடுபவனைக் கேளுங்கள்
வழியறியும் உபாயம் இல்லையென்றால்
பிளாஸ்டிக் டப்பாக்களில் டீ குடிப்பவனையோ
உள்ளங் கைகளை மேல்நோக்கி விட்டிருக்கும்
சிறுமியிடமோ
தள்ளுவண்டியில் இட்லி திருடுபவனிடமோ கேளுங்கள்

இப்பொழுதும் வழி தெரியவில்லையெனில்
கோழி வண்டிகளைப் பின்தொடருங்கள்
ரப்பர் வளையலணிந்த கன்னியொருத்தி
வதங்கிய முலைகளுக்கு மாராப்பை இழுத்து விட்டு
தங்கநாற்கரச் சாலையின் மேன்மையைக் காட்டுவாள்

இப்பொழுது ஓடத்துவங்குங்கள்
டக்டக் டக்குடக்கு டக்கு...
டக்டக் டக்குடக்கு டக்கு...

சொக்குதல்

பிறகு
எப்படிச் சொக்காமலிருப்பது
கி.பி.12ஆம் நூற்றாண்டில் தொடங்கியதாயிற்றே
நெடிய தோள் கண்டு
தோளே கண்டு சொக்கினோம்
கழல் தாள் கண்டு
தாளே கண்டு சொக்கினோம்
இப்பொழுது கூட விரிந்த
மார்பைக் கண்டல்லா சொக்கியிருக்கிறோம்
ஆடை அவிழ்வது தெரியாமல்
புழக்கடைச் சுவர் இடிவது தெரியாமல்
நாய் உள்நுழைவது அறியாமல்
கண்கள் மேல் சொருக
தலையை இடது வலது ஆட்டி ஆட்டி
சொக்கியிருக்கிறோம்
ஒன்றுமில்லாத போது
சொக்கிய நாட்களை எண்ணி சொக்குகிறோம்
இன்னுமொரு ஆட்டத்தைக் காண வேண்டியிருக்கிறது
அதற்காகவே பிரத்யேக சொக்கும் அசைவுகளைக்
கற்றிருக்கிறோம்
மோகனாம்பா மோகனா அடியே மோகனாங்கி
அந்தவொரு பாடலுக்கு ஆடிவிட்டுத்தான் போயேன்
ஜிங்கல மணி ஜிங்கல மணி
சிரிச்சிப்புட்டா நெஞ்சில ஆணி ஏய்...

பிரிவென்பது

என் படுக்கைக்குப் பின்புறம்
நீ ஒருக்களித்துப் படுத்திருப்பது

தேநீர் குவளைகள் சற்று
விலகி இருப்பது

பயணங்களின் பொழுது
உன் வலதுகை என் தோள் சேராதது

நான் தனியாக உண்பது
நீ சட்னியைத் தொலைவிலிருந்து
தள்ளிவிடுவது

குளியலுக்குப் பின்
கண்ணாடி முன்னிருந்து நீ விலகுவது
நான் சீப்பைத் தூர வீசுவது

கதவருகில் எதிர்ப்படுகையில்
நீ விலகி நடப்பது
நான் திரும்பி விடுவது

காலணிகள் தனித்தனியே இருந்து
கதைகள் பேசிக்கொள்வது

பேருந்து நிறுத்தங்களில்

நீ முகம் திருப்பி நிற்பது
நான் ஹாரன் செய்வது

உன் முகநூல் பக்கத்தில்
நான் இதயங்களைக் கொட்டிவிட்டுச் செல்வது
நீ மௌனமாகச் சிரிப்பது

பிரிவென்பது
பின்நின்று
உன் காதில் நான் முத்தமிடுவது
நீ கண்கலங்கி எனை இறுக அணைப்பது

அம்மாயி

எள்ளுருண்டைக்கு அம்மாயியின் உடல்
அத்தனை கருப்பு
அத்தனை சுவை

உலக்கை இடும் ஒலிக்கும் இடிவாங்கும் எள்ளிற்கும்
ஏழு தலைமுறை கதையும் கனவுமுண்டு

உரியில் தொங்கும் கடைசி உருண்டையில் தான்
இருக்கிறது
ஏரிக்குப் போனவனின் கால்களை இழுக்கும் கயிறு

கடைசி எள்ளுமாவை வாயிலிட்டுத் திரும்புவதெல்லாம்
சொல்ல விரும்பாத கதை

அம்மாயிக்குப் பெரிய விரல்கள் என்பதை
எள்ளுருண்டைகள் சொல்லிதான் தெரியும்

அவள் மரணத்திற்குக் கூட எள்ளுமாவின் வாசம்
பின்னொரு நாள் இடுகாட்டைக் கடக்கையில்
ஒழுங்கை எல்லாம் எள்ளாய் பூத்துக்கிடந்தாள்

வாழ்தல்

குளத்தில் குளிக்க மறுக்கப்பட்டவனின் உடல் மீதுதான்
பருவத்தின் முதல் மழைத்துளி விழுந்தது

அவனை புதைக்கையில்
அதே துளியோடு தான் புதைத்தார்கள்
அன்றிலிருந்து அந்நிலத்தடி நீரைப் பருகியவர்கள்
காதலால் செழித்து தழைத்து நின்றார்கள்

ஊர்

வெயிலுக்கு உப்புக்கண்டங்களின் சுவை
வடக்கு தெற்காக கட்டப்பட்டிருக்கும்
கொடிக்கயிற்றின் மேல் இறக்குமது
மேய்ச்சல் நிலத்தின் அத்தனை பச்சையத்தையும்
கொழுப்பு எண்ணையாகச் சொட்டச் செய்கிறது

குப்பை மேடுகளைக் கொத்தித்தின்னும்
கோழிகளுக்கும் உப்புக்கண்டத்தில் பங்குண்டு
கோழிகளைத் தின்னும் ஆண்டைகளுக்குத்தான்
உப்புக்கண்டங்கள் ஒப்புவதில்லை

மேற்கிலிருந்து கிழக்கில் கால் நீட்டி
கால்மாட்டு நீரைக் குடிக்கப் பழக்கினவர்கள்
பெரியேரியில் நாங்கள் மலம் கழுவிய
நீரில் வளர்ந்த மீன்களைத்தான் சப்புக்கொட்டினார்கள்

தோப்புக்காரருக்கு கொண்டு சென்ற
பன்னிக்கறி தொப்புளான் வீட்டு
பீயை ருசித்து தின்றதை யாரும் சொல்லவேயில்லை

சின்னநாட்டார் மகள் தேனுக்கு
வள்ளுவத்தான் மகன் வாலுவின்
ஜவ்வாது வாசனை சுடுகாடு வரை
மணத்தது யாருக்குத் தெரியும்

ஒலி

இந்தப் பால் பாக்கெட்டைத் திருடும் வரையிலோ

அல்லது
இரயிலின் முன் தற்கொலை ஏற்கும் வரையிலோ

உலகின் பௌதீக ஒலிகள் செயலற்றுப் போக
வரமருளும் என் ஆண்டவரே

தேசாத்திரிகள் எனும் சாசனம்

முதலில் இங்கொரு வாணிகன்
இளைப்பாறி இருக்க வேண்டும்

ஆட்டிடையனொருவன் அவனிடமிருந்து
ஒரு சம்புவை சுவைத்திருக்க வேண்டும்

அச்சிறு இடையனிடமிருந்து
இன்னொருவன் மேலும் மற்றொருவர்
சுவைத்த சம்புவின் வித்து
பெருவிருட்சமாகியிருக்க வேண்டும்

அவ்வணிகன் சொன்னான்
இந்நிழல் என் நிலமென்றும்
இந்நிலம் என் கடையென்றும்

முன்னின்ற இடையர்கள்
தன் ஆநிரை ஓட்டி வேறு கானகம்
சென்றனர்

அங்குமொரு வணிகன் சொன்னான்
இந்நிழல் என் நிலமென்றும்
இந்நிலம் என் கடையென்றும்
பின்னொரு சாசனம் அளித்தார்கள்

இடையர்களே
நீங்கள் இப்புவியின் தேசாத்திரிகள்
எனும் சாசனமே அது.

அவளுக்குப் பிங் நிறம் வேண்டும்

பிங்க் நிறத்திலொரு டெடிபேர்
பிங்க் நிறத்திலொரு நாய்க்குட்டி
பிங்க் நிறத்திலொரு பூனை
பிங்க் நிறத்திலொரு வீடு
பிங்க் நிறத்திலொரு வாசலும் கோலமும்

அவளுக்குக் காதல் வந்தபோது
அழுவதற்குப் பிங் நிற கண்ணீர்

இப்படியாகக் கடைசியிலொரு
பிங்க் நிற தாலியும் கேட்டாள்

இப்பொழுது
அவள் பிங்க் நிற கழுத்தை
பிங்க் நிற கத்தியால்
பிங்க் நிற இரத்தம் கொப்பளிக்க
பிங்க் நிறக் கடவுள் அறுத்துக் கொண்டிருக்கிறார்

திருட்டுக்குதிரைகள்

குதிரைகள் நூற்றாண்டிற்குள்
நுழைந்து நுழைந்து ஓடுகின்றன
இரும்பு அலுமினியம் பித்தளையாலும் கூட
மாறி மாறி லாடங்கள் அடிக்கப்பட்டன
லாடமடித்த வடுக்கள் காயும் முன்னே
அரசனின் ஆணைக்கிணங்க இப்போது
தடித்த நெகிழியாலும் லாடம் பூட்டப்பட்டிருக்கிறது
கருப்புக் குதிரைகளும் வெள்ளைக் குதிரைகளும்
ஒன்றுடன் ஒன்று புணர இசைவதில்லை
பெரிய கோலிகளுக்கிணையான கண்களில்
வழிந்த நீரின் உப்புவாடை
தீப் பற்றி எரிய எரிய தெற்கு நோக்கியே பாய்கின்றன
பற்றியெரியும் பிடரிமயிர் அரியணைக்
கனவுகளை ஒரு முழு நீளத்திற்கு வளர்க்கிறது
நம்மால் இவற்றை ஒன்றும் செய்யலாகாது
வேண்டுமானால் பாய் கடையில்
ஸ்டாங்காக ஒரு டீ சொல்லலாம்

பொன்வளைவு பூங்கா

சுமந்து சுமந்து அலைவதில்தான்
எத்தனை ஆனந்தம்
சிற்றிளம் பெண்ணொருத்தி பசியோடு சுருண்டிருக்கிறாள்
கள்ளக்காதலைப் பாடிக் கழிகின்றன ஒழுங்கையோரத்து
பூக்கள்
கருப்பு சிகரெட்டைப் புகைக்கும் பிரெஞ்சு பெண்
லிம்கா பருகுவதில் திளைக்கிறாள்
இரவு அயர்வை கழிக்கும் பேரிளத்தியின் மீது ஆயிரம்
கண்கள்
பைத்தியத்திற்குப் பழக்கப்பட்டுக் கொண்டிருப்பவன்
கேட்கிறான் 'டைம் ப்ளீஸ்'
பெருத்த புட்டமுடையவர்கள்
சுற்றிச் சுற்றி நடக்கிறார்கள்
குழுமி குழுமி சிரிக்கிறார்கள்
மரங்களுக்குப் பின் அணில்களின் முத்தம்
காய்ந்த புல்வெளியில் நத்தையாய் ஊர்கிறது
கடலை வெறித்து நோக்கித் திரும்பியவனின் கால்களில்
நடுக்கமுறுகிறது மணற் துகள்கள்
குறி சொல்பவள் ரவிக்கைக்குள் இருக்கும்
பத்து ரூபாயைத் தடவி தடவிப் பார்க்கிறாள்
முன்னந்தியில் அனுமதியின்றி வெளியேற்றப்படுகிறது
நீலச் சட்டைக்காரனின் சுண்டல் வாளி
நாமும் வழக்கம் போல காதலியின் தோளணைத்து
செல்ஃபி எடுத்து திரும்புகிறோம்

வைரத்துண்டுகள்

ஒளிரும் வைரத்திற்குள் கருப்புநிறக் கிழவனின் வியர்வை
மீனைப்போல் நீந்துகிறது

கிழவியொருத்தி பசியாற வேண்டி
காடு சென்று விறகொடித்துத் திரும்புகிறாள்

அதன் நேர்த்தியான வெட்டுக்களோ
நதியை ஆவியாக்கும் சூரியனின் நிகர்

நிலமற்றவனின் மரித்த கால் நகங்கள்
சிறிய சிறிய வைரத்துண்டுகளாயின

உருப்பெருக்கிக்கொண்டு உற்று நோக்குகிறோம்
ஊழிக்கால எலும்புகளும் கற்சிலைகளும்

மேலுமொரு சீழ் கவிச்சியும்
கி.பி.ஏழாம் நூற்றாண்டின் கழுமரமொன்றும்
உதிர்ந்த மயிலிறகுகள் சூழ
ரத்தக்கறை படிந்த வெள்ளாடையும் காணக்கிடக்கிறது

நம் கடனட்டைகள் ஒரு கத்தியைப் போல்
காலத்தை அறுத்தெறிகிறது

கடைசியில் நம் காதலியின் கழுத்தில் ஒளிரும்
அவ்வைரங்கள் கூடுதலாய் ஒரு முத்தத்தையோ
மூன்றாவது முறை புணருமொரு வாய்ப்பையோ
அளிக்கிறது

டோல்கேட் குதிரைகள்

கி.பி.31 ஆம் நூற்றாண்டின் பூனைக் குட்டிகளுக்கு
கி.பி.2 ஆம் நூற்றாண்டின் உலோகங்களினால்
லாடம் பூட்டப்பட்ட போது
அதன் கண்கள் குதிரையின் பார்வை கொண்டன
தேசிய நெடுஞ்சாலையில்
செவ்வரளி உதிர பறக்கும் அப்பூனைகள்
டோல்கேட்டின் முன் தன் முன்னங்கால்களை
ஒன்றை அடுத்து ஒன்றாக நடனமிட்டன
ஆனால் கால்களென்னவோ பூனையின் கால்கள்தான்
டோல்கேட் நுழைவும் ரூ.75 தான்

தேசத்தின் கடைசி குலோப்ஜாமுன்

இரகசிய கூடாரங்கள் பெருகிய போதும்
விதைகள் கண்ணாடிப் பேழைகளில்
பாலித்தின் பைகளில் மிளிரிய போதும்
வரப்புகள் குறையத் தொடங்கின

பயணியொருவனின் கதைகளில்
மதுபோத்தலும் யவனப் பெண்களையும் கண்டு
வரப்புகளை விட்டு வெளியேறியவன்
கட்டிடங்கள் முளைத்த வயல்வெளிகளில்
பைத்தியத்திற்குப் பழக்கப்பட்டான்

கருப்ப முளைக்கழிகள் பிழியப்பட்டு
மொலாய்சசாய் மணத்தது
அதன் இறுதிச் சொட்டைப் பருகியவன்
பச்சைத் துண்டொன்றில் புரண்டான்
கடைசியாய் மலைவேப்பங் கொம்பில்
தூக்கிட்டவனின் உடல் முழுதாய் இனித்தது
தேசத்தின் கடைசி குலோப் ஜாமுனின்
மிருதுத் தன்மை பற்றி சமையற் குறிப்பெழுதிய
இல்லக்கிழத்தியை Mr Doctor ன் குறிப்புகளோடு
புணர்ந்த வெற்றிக் களிப்பைக் கொண்டாடுகிறோம்

மீண்டுமொரு பயணியின் கதை
சுவையை அளிக்கயிருக்கிறது

ஞானதீட்சை

ஒன்பது துளைகளின் வழியாக
கிரகங்களை அறிய
மலைகளின் சிகரங்களைத்
தகர்க்க வேண்டியிருக்கிறது
பின் ஒன்பது வைரத் துண்டுகளை ஒருசேர ஆசனவாயில்
வைத்து உள்ளிழுக்க வேண்டும்
ஒவ்வொன்றாக ஒவ்வொரு துளைகளை அடைக்கும்
பொழுது
குறுக்கிடும் சிறுத்தைகளின் கனவுகளை
கைநடுங்காமல் கல்லெறிந்து விரட்ட வேண்டும்
உச்சாணி மரங்களை வெட்டி
கருமுட்டைகளை உடைப்பதன் மூலம்
ஞான உபதேசிக்கும் குருவின் கைகளிலிருந்து
மரக்கன்றுகளை நட்டு மோனமெய்தலாம்
ஒளிநிறை இரவில்
கூடி கூடி ஆடி ஆடிக் களிக்கிற போது
ஒன்பது வைரத் துண்டுகளும் பொருந்த
நாம் அடைகிறோம் பரமத்தின் ஒளி
பரமம் பிரமம் பரபிரமம்
இப்போது நமக்கெல்லாம் வாய்க்கப் பெறுகிறது
மரித்த யானையின் கண்களிலிருந்து
ஞான தீட்சை

இருபதுக்குப் பத்து

அவர்களுக்குக் குதிரை வேண்டும்
பிடரி மயிரும் கொத்தாக வால் மயிர்களுமுடைய குதிரை
அகழ்வாராய்ச்சி மூலம் சில எலும்புகளைக் கண்டனர்
ஒன்றுடன் ஒன்று சேர்த்துக் குதிரையாக்கினர்
அவை உயிர்த்தெழவே யாகத்தை வளர்த்தனர்

குளம்பொலிகள் அதிரப் புரண்டு ஓடின
கல்மண் தோன்றா குடிகள் எல்லோரும்
வாளோடு குதிரையேற்றம் கண்டனர்
ஆஹா ஆஹா என்னவொரு வேகம் என்னவொரு நேர்த்தி
யாககுண்டத்திலிருந்து புறப்பட்டவையின் மேல்
விரிந்த கண்களோடு வாள் கொண்டு விரைந்தனர்
இருபத்தியோராம் நூற்றாண்டிலும்
ரத்தம் ரத்தம் குறையாத ரத்தம்
பேனர்களின் இருபதுக்குப் பத்து முழுவதும் ரத்தம்
நேற்று இரவு கூட
வீரப்பாண்டியன் தெரு
ஸ்ரீமோகாம்பரி மாரியம்மன் ஆடி பூஜையிலும்
அதே குதிரைகள்
அதே வேகம்
அதே நேர்த்தி
அதே ரத்தம்

சாட்சியம்

நான்
எல்லாவற்றையும் சாட்சியமாக்கிவிட்டேன்
பிடுங்கப்பட்ட மலைக்கிழங்கின்
வேரிலிருந்து வடிகிற நீரை
குருவியொன்றின் கனவை
தாய்ப்பறவையொன்றின் அழுகையை
கௌுத்திக் குஞ்சிகளின் துள்ளலை
இனி என்னிடம் எதுவுமில்லை
நான்
எல்லாவற்றையும் சாட்சியமாக்கிவிட்டேன்
கருவாடுகளின் கண்களில் தெரியும் சமுத்திரத்தை
மரிக்க கிடக்கும் கிழவியொருத்தியின் பாடலை
கால் நூற்றாண்டு கனவில் நீந்திய மீன்களை
உப்புக்கடலில் விழுந்தயென் கண்ணீரை
இனி என்னிடம் எதுவுமில்லை
நான்
எல்லாவற்றையும் சாட்சியமாக்கிவிட்டேன்
தவறுகளின் நிலத்தில் விளைந்த என் இதயத்தை
காமத்தால் நீளுமென் இரவை
சபலத்தால் வழியுமென் பகலை
கள்ளத்தில் தளும்புமென் வாழ்வை

இனி என்னிடம் எதுவுமில்லை
நான்
எல்லாவற்றையும் சாட்சியமாக்கிவிட்டேன்
பொய்த்துப் போன என் வாக்கை

நடுக்கமுற்ற என் உடலை
வறண்டு போன கண்களை
சிதைவுற்ற நொடி முட்களை
இனி என்னிடம் எதுவுமில்லை

நான்
எல்லாவற்றையும் சாட்சியமாக்கிவிட்டேன்
சாட்சியத்தின் சாட்சியாகவே
இனி என்னிடம் எதுவுமில்லை

ரிது என்பவள்

1
பைத்தியங்களின்
வெயில்கால பசி நீங்கிய
புன்னகையில் பிறந்தவள்

2
திருமலைராஜன் நதியை
கையால் அணையிட்டு
குளமென்று சொல்லிச்
சிரித்தவள்

3
ஆற்று மணல் கொள்ளும் லாரிகளிடம்
தாயன்பு பகன்றவள்

4
வைகுண்டத்தின் அறைக்கதவுகளை
பன்றிக்குட்டிகளுக்கு
திறந்து விட்டவள்

5
ஆள் காட்டி விரலை
இதழிடுக்குகளில் சொருகி
ஜீவநதியைப் பருகச் சொன்னவள்

6
ஏழு கடல்
ஏழு மலை தாண்டி
புளிப்பு மிட்டாய் வாங்கி வருபவள்

7
தன் பூனைக்குட்டிகளுக்காக
பசுவின் முலை தருபவள்

8
முடிவற்ற வெளியில்
முடிவற்ற ஒளியில்
உலகை வியாபித்து சூழ்பவள்

பகர்தல்

எப்பொழுதும் ஒரே கேள்வியைக் கேட்கிறாய்
மீண்டும் மீண்டும்
விம்மி விம்மி

எப்பொழுதும் அதே பதில்தான் வருகிறது
மீண்டும் மீண்டும்
தேம்பித் தேம்பி

கொய்தல்

உங்களில் யாருக்கு நன்றி சொல்வது
எவ்வளவு அழகாக வெட்டியிருக்கிறீர்கள் தலையை
கழுத்தை அதன் நீள்குறுக்கு வெட்டில்
வாளை மீனின் வருவல் துண்டினைப் போல்
துளி உதிரம் கூட சிந்தாமல்
சற்றும் பிசிறு நீளாமல் நேர்த்தியாக
அதையென் கையில் கொடுத்து
என்னையே அழகு பார்க்கச் செய்கிறீர்
முகம் கழுவி விட்டு கண்ணீர் நீக்கி
சுவைக்க ஒரு லாலிபப் வாங்கி கொடுக்கவும்
பின் தலைவாரி முகப்பூச்சிட்டுத் தலையைத்
தூக்கிக் கொண்டு செல்லவும் வைத்தீர்
ஆனாலும் குறையொன்றுமில்லை
தலையில்லாத கழுத்து
எவ்வளவு ஆனந்தம்
எவ்வளவு பேரின்பம்
எவ்வளவு பரமானந்தம் பரமம்

பெரிய புள்ளி

ஆப்பிள்கள் மேல் நோக்கிப் பறக்கின்றன
நியூட்டன் பிடரி தெரிக்க ஓடுகிறான்
தோட்டா ரவைகளென மாறிய அதன் விதைகள்
கண்ணாடிப் பேழைக்குள் ஒளிர்கின்றன
பழுத்த இலையொன்று மிதந்து
படகென திரும்புகையில்
பழங்கள் கப்பல் பழங்களாகின
விதைத்த கிழவனின் கைகள்
வறல் மணல்களாகி கீழ் நோக்கி விழுகிறது
பசியில் மயங்கியவனின் கண்கள்
ஆகாசத்தால் நிறைகிற போது
ஆப்பிளின் ரத்தச் சிகப்பு
சீமாட்டியின் உதட்டுச் சாயமாய் வடியும்
பங்குச் சந்தையில் ஆப்பிளின் புள்ளிகள்
புள்ளிகளின் புள்ளிகளாகிறது
நியூட்டனின் காலொரு
புள்ளியாகவும் இருக்கலாம்

காலம்

தியா நினைவில் கொள்
கடல் உள்வாங்கிக் கொண்டிருக்கிறது
தூரத்துச் சரக்குக் கப்பலின் ஓசை
அச்சத்தை நிரப்புகிறது
ஆலா பறவையின் சிறகுகள் கடல் தாண்டாதவை
கரையில் இரையிட காத்திருக்கும் சோள மணிகளோ
தங்கத்தின் காலத்தில் விளைந்தவை
தியா மீண்டும் நினைவில் கொள்
நாமொரு விதைகளற்ற பழங்களைப் போல்
ஏற்றுமதியாகிக் கொண்டிருக்கிறோம்

போய் வா

நாம் தீயவைகளின் காலத்தின்
தீயவைகளால் தீய தீபகற்ப நிலத்தின்
நதிகளுக்கிடையே மண்டியிட்டு வேண்டிக்
கொண்டிருக்கிறோம்
புண்ணிய நதிகளின் மீன் குஞ்சுகளின் பற்கள்
பிணங்களைத் தின்று வளர்ந்தவை
அவற்றிற்கு உன் குருதி படிந்த நாப்கினை தூக்கி எறி
நான் சீழ் வடியுமென் இருதயத்தின் காயப் பிசுருகளைத்
தூண்டிலில் இரையிட்டுக் காத்துக்கிடக்கிறேன்
நீ போய் வா

சூள்

அவள்
அடிவயிற்றில் முளைத்திருக்கும்
இதயம் பற்றிய கனவில் ஒளிர்கிறதவள் கண்கள்

அவளிடும் தூய விதைகள்
ஆகாசத்தில் முளைத்து
பூத்து காய்த்து கனியாய் நிறைகிறது

அணிலின் வேட்கையோடு தாவித் திரிகிறதவள்
ப்ரியம்

இருத்தல் நிமித்தம்

மருதத்தின் ஆம்பல் கரையிலிருந்து
கொண்டு வந்திருந்தாய் கனிசெழித்த காதலை

நீர்க் குமிழிகளின் காற்றடைப்பிலோ
மரித்த மீன்களின் கண்கள்

தும்பை படரும் வேலியோரம் வேண்டுவதெல்லாம்
கள்ள முத்தத்தின் ஈரம் மட்டுமே

பிரிவு காலத்தில் மற்றுமொரு வேலியில்
மற்றொருத்தியின் கள்ள முத்தத்திற்காக
காத்திருக்க வேண்டியிருக்கிறது

இரண்டாயிரம் ஆண்டுகளாய்
மூதாதையொருத்தி பாவம் குறையாமல்
குறுநகை பூத்து
கண்கள் சொருகி
மார்புகள் மேலெழ
இடை நெளித்துச்
சரச சொப்பனத்தில் கிறங்கிக் கிடக்கிறாள்

சொக்க நாதனுக்கு கவலையொன்றுமில்லை
ஆயிரம் பாவம் ஆயிரம் குறுநகை

கி.மு.,விலிருந்து
கி.பி., நோக்கி ஓடிவந்த குதிரைகளின் மேல்
முத்தம் பெற்றுச் சென்றவர்கள் திரும்பவேயில்லை பார்

இடைவெளி

மலையடிவாரத்தில் நிற்கிறேன்
நீ அதன் எதிர் நிலத்தில் கடற்கரையில்

நம் உடல்கள் உரசுகின்றன
செவ்வரலி அலுங்களைப் போல
அல்லது
நதி உருட்டும் கூழாங்கற்களை ஒத்து

கையறு

நாம் காதலிக்கிறோம்
கைகளும் கால்களும் வெளி நீண்ட சதுப்பு நிலத்தில்
மீன்கள் கொத்த அஞ்சும் பிணங்களூரிய நதிக்கரையில்

முப்புரத்து நீண்ட மலையிலிருந்து பரிசளிக்கிறாய்
பசியநிற காப்பி கொட்டைகளை அதன் மணமோ
மரித்த தாயின் பாலை ஒத்தது

போர்க் காலங்களில் சிதைவுற்ற
கடவுளர் சிலைகள் முன்னர் ஒப்புவிக்கிறேன்
நீயோ லாந்தர்கள் வெடித்த வயல்களில்
பழைய ரோஜாவோடு காத்திருக்கிறாய்

இக்கடலின் மறுகரையில்
அந்தரத்தில் உலவும் கால்களையும்
கட்டப்பட்ட கைகளையும் வாய்களையும் உடையவர்கள்

மலிவு விலை ஆணுறைகளின் துணையோடு
முத்தமிடத் தொடங்குகிறோம்

உயிர் பெற்ற நீரூற்றோ
கரிய இந்நிலத்தின் ஈரத்தில்
இருபதாம் நூற்றாண்டின் தடித்த ஆமையைப் போல்
கடல் நோக்கி நகர்கிறது

மேலும் ஓர் ஆமை கரையேறி முட்டையிடுகிறது

பாகப் பிரிவினை

சயனத்தில் சொக்கியிருந்த
அவள் கண்களுக்கு ஏழு முத்தங்களை அளித்தேன்

ஏழுநட்சத்திரங்களும் ஏழுகன்னிமார்களும்
கண்களை மூடிக் கொண்டனர்

கடைசி முத்தம் இடதில் முடிந்தது

இடது வலது
இடது வலது
இடது வலது
இடது

சந்தை

அவர்களின் எலும்பு மஜ்ஜையிலிருந்து
குதிரைகளுக்கு லாடம் அடித்தனர்

ஒட்டகங்கள் ஆயுதங்களைச் சுமந்தன
பாலைகளில் மற்பாறை குகைகளில்

அவர்கள் தங்கள் பாடலை இசையை
பாறை இடுக்குகளில் வளரும்
இரகசிய ஊதா பூவாய் மலர்த்தனர்

களவுபோன வைரத்தின் நிலத்தை
குண்டுகள் வெடிக்கும் எண்ணெய் வயல்களை
வேடிக்கைப் பார்த்தனர்

மேற்கிருந்து எழும் சூரியனை
கிழக்கு நோக்கி மறைய வேண்டினர்
பாலையெங்கும் கால்தடங்கள்
பெரியதாய் சிறியதாய் நோயுடையதாய்

கால்கள் கொண்டு சேர்த்த கடற்கரையில்
கருப்புநிற கள்ளத்தோணி
அதன் நியாயங்களோ விளக்கின் கீழான இருட்டு

எல்லாவற்றிற்கும் மேல்
நாம் கைகளைத் தட்டுகிறோம் வேகமாக
ப்ஃபலே நடனமாடும் பெண்ணின் இடையில்
நெளிந்து ஏறுகிறது டாலரின் மதிப்பு

1
நம்முன்னிருக்கும் ஆப்பிளுக்குள்
நான்கு விதைகளை
நாம் தான் நிரப்பினோம்

நீ
குறுக்கு வெட்டாக வெட்டியதில்
இதயத்தின் நான்கு அறைகளும்
பன்னிரு துண்டுகளாக விழுந்தன

2
குட்டி மிட்டாய்த் துண்டுகள்
எவ்வளவு துள்ளியும் சர்க்கரைக் கிண்ணத்தில்
விழவே முடியவில்லை

3
மூன்று கண்ணீர்த் துளிகள்
மூன்றே மூன்று கண்ணீர்த் துளிகள்

இந்தச் சர்க்கரைக்கடலை
உப்பு வயலாக்க போதுமானது

காதலே

நீ ஞாயிறின் உள்ளிருந்தாய்
அதன் தழல் நிழலில் இளைப்பாறினாய்

நான் விசும்பின் வழி பறந்த போது
உள்ளிருந்து கரம் நீட்டினாய்

நீ கடலின் உள்ளிருந்தாய்
அதன் மீன்களை வான் நோக்கிப் பறக்கச் செய்தாய்

நான் கரையில் வலை கொண்டிருந்த போது
மேலிருந்து முத்துக்களைத் தூவினாய்

நீ வயல்களில் செழுத்திருந்தாய்
அதன் பச்சையத்தை வான் மேவி விட்டாய்

நான் வட்டிலோடு வந்திருந்த போது
வயல் மீன்களாய் நிறைந்திருந்தாய்

நீ மலையடிகளில் பூத்திருந்தாய்
அதன் கொம்பிலொரு தேன் கனியானாய்

நான் பாறையில் அயர்ந்தபோது
கனி தீயாய் சுடரளித்தாய்

நீ வனங்களில் உலவினாய்
அதன் வல்லூறு பற்களில் ஒளியானாய்
நான் கொண்டலென உலவினேன்
கொடியென கொண்டாய்

மருதத்தின் ஆம்பல் கரையில்
பாலையின் கானலில்
நெய்தலின் நீலப் பூக்களில்
முல்லையின் கொடிகளில்
குறிஞ்சியின் மூங்கிலில்
யாவுமானாய் என் தாயே

வேறென்ன வேண்டேன் தேவி காதலே
பெரும் பொருளே பராபரமே

காதலென்பது

போதும் விஜி போதும்
உன் இதழ்கள்
நீர்த்த பலாச்சுளையை ஒத்திருக்கிறது
உன் மார்புகளில் வெப்பமில்லை
விரல்களோ கூழை பாம்புகளாயின
உன் பால்பற்களில் சுவையில்லை
நேரிடும் கண்களில்
ஒளியில்லை விஜி ஒளியில்லை
உடலில்லை விஜி நீ உடலில்லை

விஜி
உனக்குத் தெரியுமா?

நாம் மரங்களை நட்டோம்
மீன் குஞ்சுகளை நதிகளில் விட்டோம்
மலைகளில் தேனெடுத்தோம் சுவைத்தோம்
மருதத்தின் கரையில் காதல் கொண்டோம்
தாமரை வேண்டி குளமிறங்கிப் பூத்தோம்
வாழ்வென்பதன் பொருளை வாழ்ந்தோம்

விலகாதே விஜி விலகாதே
இறுக அணைத்துக் கொள்
நீயென் பொருளில்லை விஜி நீ பொருளில்லை
உன் உதிரமே என் வாழ்வின் ஒளி தேவி

காதலென்பது
அன்பு நிறை நீர்பெருகும் கருவளைய கண்களன்றி
வேறென்ன என் தெய்வமே

எலிக்குஞ்சுகள்

நான் அந்த செம்பருத்தி இதழின் மேல்தான்
இந்தக் கடலைக் கடந்தேன்
சிலர் எறும்பைப் போல என்றார்கள்
சிலர் தூசு போல என்றார்கள்
சிலர் பெரிய மாலுமிகளின் துணையென்றார்கள்
இன்னும் பலர் மௌனமாக
தன் தசைகளைக் கீறிக் கொண்டார்கள்
துடுப்பையொத்த எழுதுகோலென் கைகளில் இருந்தது
நீல நிறத்திலொரு கைப் பையும் தான்
நான் மேலும் நிலத்தில் நடக்கத் தொடங்கினேன்
அதிர்வொன்றுமில்லை ஆனாலும் கத்தினார்கள்
நான் நடந்து கொண்டே இருந்தேன்
சுறாக்களின் பற்கள் என்னுடலெங்கும் பதிந்திருந்தன
ஆனாலும் நான் நடந்தேன்
இவர்கள் ஏன் அலறுகிறார்கள்
என்னுடைய கால்கள் நோவது பற்றியா?
இல்லை என் முதுகிற்குப் பின்னால்
பரந்த கடலலைகளின் மீது
நீந்தி வரும் எலிக்குஞ்சுகளைப் பற்றியா?

பழ விதைகள்

நாம் உடல்கள் கொண்டு நடந்தோம்
பூங்காவின் நியான் ஒளியில் முத்தமிட்டுக் கொண்டோம்

அறுத்த இதயங்களாய் அவை கிடக்கின்றன
கொடி படர்ந்த மரத்தின் கீழ் அமர்ந்தோம்
கசப்பான கண்ணீர்களைச் சிந்தினோம்
மென்மையற்ற நம் உள்ளங்கைகளைப்பற்றி
ஐயாயிரமாண்டு தொன்மக் கதைகளைப் பேசினோம்
பின்னந்தியில் தொடங்கி முன்னிரவு வரை பயணித்தோம்

கண்ணீர் கண்ணீர் எல்லா பயணங்களிலும் கண்ணீர்
என் இடது தோள் பட்டையில் குறையாத வெப்பம்
உன் வலது கன்னத்தின் சூடு குறையாத அதே வெப்பம்

நம் பெருத்த விழிகளுக்குள் நாம் மாறி மாறி
என்ன செய்து கொண்டிருக்கிறோம்
ஏழாவது நாளின் பட்டாம்பூச்சியைக் கொண்டு
ஒரு புன்னகையைப் பகிர்கிறோம் பின்
இறந்த காலத்தின் அழுகிய சொற்களைத்
தோண்டியெடுத்து
அதக்கி அதக்கி தின்றோம் ஆனாலும்
காதலொரு பழ விதைகளைப் போல
வளர்ந்து கொண்டேயிருக்கிறது

ரோஸ் நிற இளவரசி

அவள் இந்நகரின் புது இளவரசி
ரோஸ்நிற தீவுகளைச் சுமந்த இளவரசி

ஆண்டாண்டுகளாய் அத்தீவில்
மீன்கள் நீந்துவதில்லை
உடலை மட்டுமே முன்னெடுக்கின்றன

கடவுள்களும் திருடர்களும் உலவும் நிலத்தில்
தன் தீவுகளே சொர்க்கமென பாடுகிறாள்

சந்தையாகாத மலர்களைச் சூடுமவளிடம்
எப்பொழுதும் ஒரு கதையுண்டு

தன்னிடம் காதலைச் சொல்பவர்களைச் சந்தேகிக்கிறாள்
கடவுள்களுக்கும் காதலர்களுக்கும் எதிராய்
வெட்டிவேர்களைப் பிணங்களெரிக்க கொடுத்து
தீவுகளின் பாலொளியில்
குலுங்கி குலுங்கி அழுகிறாள்

இளவரசியின் கண்ணீர் சந்தையுலகின்
முதிர்ந்த நறுமணமாகவும் இருக்கலாம்

அல்லது
ரோஸ்நிற தீவுகளின் விளைபொருளாகவும் இருக்கலாம்

முத்தங்கள்

நூற்றியேழு முத்தங்களை அளித்தேன்
நூற்றியேழு முத்தங்களும் உன் நெற்றிவகிட்டிலேயே
விழுந்தன
நிலவிற்கும் நட்சத்திரத்திற்குமிடையே
வானிற்கும் நிலத்திற்குமிடையே
கடலுக்கும் உப்பு மணல்களுக்குமிடையே
மலைக்குன்றிற்கும் பள்ளத்தாக்கிற்குமிடையே
நீரற்ற ஆற்றின் இருகரைகளுக்குமிடையே
எல்லாம் அந்தரத்திலேயே விழுந்தன
நூற்றியேழு முறையும் உன் கண்களின் மனோகரம்
நூற்றியேழு பூக்களை நூற்றியேழு முறை உதிர்த்தது
நான் ஒவ்வொரு இரவும் அந்த
நூற்றியேழு முத்தங்களின் மீதே அழுதேன்
ஒவ்வொரு முத்தத்திற்கும் நூற்றியேழு கண்ணீர்
சொட்டுக்கள்
ஒவ்வொரு கண்களிலும் சரிவிகிதமாய் விழுந்தன
ஐம்பத்தி மூன்றரை ஐம்பத்தி மூன்றரை சொட்டுக்கள்

குடி

நீ ஏன் என்னை வேண்டுகிறாய்
நீ ஏன் என்னைப் பாடுகிறாய்

நான் மருதத்தில் பூத்துச் செழித்தவள்
நீ குறிஞ்சியில் தேனெடுப்பவன்

நீ கிழங்கு தோண்டிய நிலத்தில்
எப்படி முளைக்கும் நெல்மணிகள்

உன் தொண்டகத்தின் ஒலியில்
எரிந்து கருகுகிறதென் வேலிப் பூ

போ
உன் சிறுகுடி நோக்கிப் போ

தேனும் தினையும் கொண்டு
மூங்கில் நெல்லும் கண்டு செழித்து வாழ்

குடிகாக்கும் நற்றாயின் கொள்மகள் நான்
தொல்வாக்கு காப்பவளென் செவிலி
சூள் கொண்டலைபவனென் தந்தை
குடி வாள்கொண்டலைபவனென் தமையன்

நெல்லரி கூடையில்
குடிப் பெருமை சுமந்ததென் தலை

நற்றாய் சுமந்து செவிலி சுமந்து
சுமந்து சுமந்து சீக்கானதெங்கள் தலை

மலையின் நீந்துமோ இச்செறு மீன்

போ
உன் சிறுகுடி நோக்கிப் போ சிறுகுடியோனே

இன்னுமேன் என்னைப் பாடுகிறாய்
இன்னுமேன் என்னை வேண்டுகிறாய்

அச்சப்படத் தேவையில்லை

மிக
இலகுவான மரப்பலகையைக்கொண்டு
நானிந்த பெருங்கடலைக் கடக்கிறேன்
இதன் முடிவில்
பூட்ஸ்கால்களும்
துப்பாக்கிக் குழல்களுமென்னை வரவேற்கும்

யாரும் அச்சப்படத் தேவையில்லை

நான்
இஸ்ரவேல் புத்திரரோ
பெரும் படையையுடைய பார்வோனோ இல்லை
மாறாக
சிறகுகள் சேதப்படுத்தப்பட்ட
கூடுகள் இழந்த
பழந்திண்ணிப் பறவை
மட்டுமே

பொன் விடியல்

வாயைத் திறக்கச் சொன்னார்கள்
மலக்குடல் வரை ஒளியைச் செலுத்தினார்கள்
வீட்டின் கதவுகளை உடைத்தார்கள்
கழிவறையற்ற தோட்டத்துப் புழக்கடையில் தேடினார்கள்
வாழை வேர்களைச் சுற்றிய
கருப்பு எறும்புகளை விசாரித்தார்கள்
பின் ஆசனவாயில் விரல் விட்டு எடுத்தார்கள்
முதல் தகவலறிக்கையைப் பதிந்தனர்
நிர்வாணத்தின் ஒளியை
பலஜோடி கண்களில் பாய்ச்சினார்கள்
மௌனமொரு தார்ச்சாலையைப் போலானது
தெருப் பாடகனொருவனை சாட்சியமாக்கினர்
அவனது குழல் ஊமையென தன்னைத்தானே அறிவித்தது
விசாரணை இரவில் நீதியின் பாடல்
குரல்வளை நெறிய தொங்கியது
அவர்கள் நித்தியானந்தத்தில்
பொன் விடியலை மலர்த்தினர்

மலை

மலைக்குக் கீழே குனிந்துப் பார்த்தால்
அவர்கள் பாதம் காபி கொட்டையைப் போலிருந்தது

கசப்பும் துவர்ப்பும் நிறைந்த
பச்சை இலைகளுக்கு நடுவே
அரை துளி தேனைக் கண்டது யாருடைய குற்றம்

குழந்தைகளின் செம்பழுப்பு கேசம்
மேற்கின் மறை முழுதும் நிறைந்திருந்தது
கைகளிலோ பிசு பிசுத்த பால் குடுவைகள்

யானைகளின் தடங்களுக்குள் சிக்கியிருக்கும்
கருவிழிகளில் பிதுங்கி வெளியேறிய கனவு
அநாதை நாயைப் போல சுற்றித்திரிகிறது

நீளும் தார்ச் சாலைகள் கொட்டும் அருவிகளுக்கும்
சூடான தேநீர் கடைகளுக்கும் கொண்டு செல்கையில்
பதட்டமின்றித் தூக்கியெறியும்
பிளாஸ்டிக் கோப்பைகளில் வழியும்
பிராண்டி துளிகளில்தான்
ஈக்களின் பசியும்
முசுடுகளின் வாலும் முளைக்கக் கண்டிருக்கிறோம்

மலை உச்சியில் கிழக்கு எரிக்கும் கிழவனுக்கு
மேகங்களைத் தவிர எதுவும் தெரியாது என்பதில்தான்
நமக்கு எவ்வளவு ஆனந்தம்

வாக்கு

கொஞ்சமும் பருகற்களற்ற
கொஞ்சமும் மீன்களற்ற
கொஞ்சமும் நீரற்ற
வெடிநிலமொன்றை நதியென்கிறாய்

அதுவே
நதியென சத்தியமும் பெறுகிறாய்

நானும்
மூழ்கிக் குளித்துக் கரையேறி திரவமாய்

உலர்ந்து கொண்டிருக்கிறேன்

மிதுனா

மிதுனா
இந்தக் கடல் எப்படி உள்வாங்கி இருக்கிறது பார்

பல்லூழியாய் கடல் சுமந்த இந்நிலம்
அறுத்த இதயத்தைப் போல்
கதகதவென இருக்கிறது பார்

ஜெம்ஸ்மிட்டாய்களை வாங்கிக் கொண்டு
பால்முத்துக்களை அளிக்கும் சிறார்களைப் பார்

சுருண்டு வெகுதொலைவில் ஒளிர்கிறதே ஒரு ஒளி
நீ அங்குதான் இருக்கிறாய் எனத் தெரியும்

வா மிதுனா

பசுந்தயிர் போல் மிதந்தொளிரும்
உன் மார்புகளோடு என்னை இறுக்கு

எந்தக் குற்றவுணர்ச்சியும் இல்லாமல்
மலையுயற எழுகிற இந்த அலை
இழுத்துச் செல்கிறது பார் காலத்தை

நான் வழக்கம் போல கண்களை மூடிக்கொள்கிறேன்

நீ
எந்த நினைவுமறியாது வடிந்து விட்டுப் போ

நான்
வாசலுக்குத் திரும்பி நடக்கும் வலுவுடையவன் தான்

ஒளி

மலைகளொன்றும் அவ்வளவு பெரிதில்லை
சுமையென்பது வார்த்தைகளின்
பாரம் மட்டுமே

மயிலாஞ்சி பூக்கும் கரம்கொடு
அன்பின் ஒளியில் உலகம் தழைக்கட்டும்
நதிகளொன்றும் பொதியல்ல
பூமியின் தாய்மையில்

பூக்களென்றால் பூக்கள் மட்டுமே
இரவென்பது நம் நிறத்தாலானதொழிய
வேறென்ன
விடியலென்பது குறு புன்னகையில் மலர்வதுதானே
உதிர்தலின் பின் செழிப்புதானே பச்சையாம்

சாய்ந்து அழுதிடு
கண்ணீர் படியாத தோள்களென்ன தோள்கள்

உள்ளொளியிலிருந்து பகிர்ந்திடு அன்பை

மார்பில் அணைத்து ஆட்டிக் கொடுமொரு
தாய் ஒளியின் கருணைப் பாடலை

ரிது

கனவின் மிக அருகில் நிற்கிறாய்
உள் நுழைவதில்லை

தேவதையா என்றால் நிச்சயம் இல்லவே இல்லை
தேவதைகளின் சொப்பனம் மட்டுமே

இரவை கெடுக்கும் விளக்கென்றாலும்
விளக்கென்று இல்லை ஆயினும் ஒளி

துயரென்றால் துயரம்தான்
குழந்தையின் ஒளியில் ஒளிரும் துயரம்

சாவின் அடியாழத்தில் ஊறும் உயிர்த்துவம்

ரிது
நீ பிறப்பறியா பேரின்ப வீட்டின்
பெரும் பொருள்

நான்
நிரம்பா யாசகப் பேழை

திருட்டு இராணியின் இளவரசி

அவளொரு பூனை வளர்க்கிறாள்
வெண்மையும் செம்பழுப்பு நிறத்திலுமான பூனை

அது
பால் அருந்துவதில்லை
கண்களைமூடிக்கொண்டு மயங்குவதில்லை

மாறாக
எலிகளை முத்தமிடுகிறது

கோலிகளைப் போல் ஒளிரும்
அதன் கண்களில் தன் இராஜியத்தை நிறுவுகிறாள்
ஒரு மந்திரியைப் போல் நடத்துகிறாள்
அதை மடியில் கிடத்தி நீவி விடுகிறாள்
மதிய உறக்கத்தின் கனவுகளையும்
அதன் காதுகளில் சொல்லி வைக்கிறாள்
இருந்தும்
அது திருட்டை விட்டு மாறவேயில்லை
திருட்டுகளின் இராணியாகிறது
இவள் அதன் இளவரசியாகிறாள்

ஒருநாள்
தன் மீன்துண்டைத் திருடியதை
வாள் கொண்டு வீச எத்தனிக்கையில்
அதன் கோலிக் கண்களைக் கண்டு கையறுந்து அழுகிறாள்

திருட்டு இராணியின்
செல்ல இளவரசி

கருணை

நாகத்தின் மீதிருந்த மழைத்துளியில்
முகம் பார்த்தேன்
நாகத்தின் கண்களிலோ
கருணையின் பெருமழை

சொல்

கண்ணீரில் நீந்தும்
உப்பு மீன்களைச் சுவைக்கத் தருவேன்
சுவையுனக்கு புசிதமெனில் கூடுதலாய்
நான்கொரு சொட்டுக் கண்ணீருமிடலாம்
பழைய இரும்பு கிடங்கிலிருந்து
தேடிக்கொண்டு வரும்
ஆயுதமென் உயிரைப் பருகுமென எப்படி நம்புகிறாய்
முன்னொருநாள் நீ ஈந்த சொல்லொன்று
கருப்பு நாயைப்போல சுற்றுகிறது பார்
அதன் தங்கநிறக் கண்களை மேல் ஏவிவிடு
சிரத்தையொன்றும் கொள்ளாதே
கடைசியாய்
சமாதியைச் சுற்றிவரும் நாயிற்கு இருபத்தியோராம் நூற்றாண்டு
சில்லி சிக்கன் துண்டுகளை உணவளி அதுபோதும்

வெ.மாதவன் அதிகன்

கதை கதையாம்

நீயொரு கதை சொன்னாய்
ராஜாக்களும் ராணிகளும் இருந்தனர்

நானொரு கதை சொன்னேன்
ஓலைச் சுவடிகளாலும் எழுத்தாணிகளாலும் ஆன கதை

பதிலியாய்
நீயொரு கதை சொன்னாய்
ராஜாக்களின் வாள்கள் உன் கைவந்த கதையது

நான் எழுந்து நடந்தேன்
கதைகளே இல்லை என்னும் கதையது

கண்ணாடி

அவர்களிருவர் முன் வெகு தொலைவில்
கண்ணாடியைப் போல நதி ஓடிக் கொண்டிருக்கிறது
குழி விழுந்து ஒளிகுன்றிய கண்கள்
விரிய பார்க்கின்றனர்
அங்கிருவர் ஒருவர் கையை ஒருவர் பற்றி
முத்தமிட்டுக் கொண்டனர்
நதியின் சில்லுகளை உதைத்து நடந்தனர்
அவர்கள் ஒப்புக்கொடுத்துக் கொண்டனர்
இவ்விரவில் அவன் தளர்ந்த தோள்களில்
சரிந்து சாய்கிறாள் கிழவி
மரித்தக் கிழவனின் கண்களிலோ
கண்ணாடியைப் போல் நதி ஓடிக் கொண்டிருக்கிறது
அங்கிருவர் காதலித்துக் கொண்டேயிருக்கின்றனர்

சுவை

பாறையொத்து கனக்கின்ற கண்ணீரின் சுவையோ

தீம்தரிகிட
தீம்தரிகிட
தீம்தரிகிட
தீ

காலம் தன் கரங்களைச் சாமர்த்தியமாய்
வைத்திருக்கிறது
நாம் கனியைப் போல மெல்ல கனிந்து
கொண்டிருக்கிறோம்

கிளி
கிளியாக இருக்கிறது
கிளையும் ஆணி வேரும்தான் ஆடிப்போகிறது

இதயம்

தியாவின்
இளமஞ்சள் உள்ளங் கைகளுக்கு
கருப்புநிற மீன்குஞ்சுகளைப் பரிசளித்தேன்

மீன் நடனம் பயில வேண்டி
தரையில் நீந்த விடுகிறாள்

அன்பே
தியா
உனக்குத் தெரியுமா

கருப்பு மீன்குஞ்சுகளின் இதயம்
ரத்தச் சிகப்பால் ஆனதடி என் தெய்வமே

எழுதல்

1

ஓடுடைத்து மேலெழுகிறது பறவைக் குஞ்சு
கூட்டின் அறைகளில் துண்டுத் துண்டாய் உடைந்து
விழுகிறது வானம்

2

கண்ணாடிக் குடுவைகளில் மணலை நிரப்புகிறோம்
கீழிருந்து
மேலெழும்புகிறது
மீன் குஞ்சின் வாயொன்று

3

வணிகத்தின் பொருட்டு எரித்த
வயல் வெளிகளிலிருந்து

கருத்த சாம்பலைச் சுமந்து மேலெழுகிறது
பச்சைய தளிர் நாற்று

4

நாடோடியின்
பின்னிரவு உறக்கத்திலிருந்து மேலெழுகிறது
சுதந்திரத்தின் பாடல்

அவனுக்கு 99 காதலிகள்
சில சமயங்களில்
9+9=99 எனவும் கணக்கிட்டுக்கொண்டான்

ஆண்டவரே ஆட்டுக்குட்டியே

தேவனின் கருணையால்
நமக்கொரு ஆட்டுக்குட்டிக் கிட்டுகிறது

ஆண்டவனின் பெயரால்
அதற்கொரு நாமமிடுகிறோம்

அன்பின் மீதுறலில் உவகை மேலெழ
உலகின் தாவரங்களை அழித்துக் கொணர்கிறோம்

நட்சத்திரங்கள் முளைத்த
திருநாளொன்றில்

மெல்ல அதன் கழுத்தில்
சிறுமரவட்டை ஊறுவதாய்
இறக்குகிறோம் கத்தியை

பின்னொரு சில்வர் கிண்ணத்தில்
சிவப்பு நிலவு ஒளிரக்கண்டு மகிழ்கிறோம்

மீண்டும்
தொடங்குகிறோம் பிரார்த்தனையை
ஆண்டவனின் பெயரால் இன்னொரு ஆட்டுக்குட்டிக்கு

ஆண்டவரின் மந்தை

இடையனொருவன்
தன் ஆடுகளுக்கு பொய் சொல்ல கற்றுக்கொடுத்தான்
தழைகளின் மீதும்
இதய வடிவிலான அகண்ட இலைகளின் மீதும்
அவை உண்ணும் பசும் புற்களின் மீதும்
பொய்களை வைத்து தின்ன கொடுத்தான்
அந்த ஆட்டிறைச்சிகளை உண்ணும்
மனிதர்களின் நாவுகளிலும் அதே பொய்யின் சுவை
மீதுற்றது
ஆண்டவரே உமது மந்தையிலிருந்த ஆடுகள்
எங்கே சென்றன

மீன் வலை வயிறு

எனக்கு மீன்களின் மூளையை
உறிஞ்சும் லாவகம் கைக்கூடவில்லை

மீனின் மூளைக்குள் நாம் நினைப்பது போல
கடலோ பவழப்பாறைகளோ இல்லை
கடலைப் பற்றிய எந்த நினைவுகளுமே கூட இல்லை

மாறாக
கொஞ்சம் காதலும்
கொஞ்சம் கோபமும்
கொஞ்சம் கண்ணீரும்
கொஞ்சம் ஆசைகளும்
சில தற்கொலை எண்ணங்களுமே இருந்தன

பெரிய ராட்சச வலைகளுக்கு
தன் வயிறு நிறைய மீன்கள் வேண்டும்
கடலைப் பற்றிய எந்த கவலையும் இல்லை

பிறகெப்படி நான்
மீன்களின் மூளையைப் பகுமானமாக உண்ண முடியும்

நானொரு துத்தி பூ

எனக்கு வருகிற அழுகையைத்
தேக்கி வைத்துப்பார்த்தேன்
கொள்ளளவு நிரம்பிய அணைக்கட்டாகி இருந்தது

அதில் ஒருவர் மீது ஒருவர் கல்லெறியும் போதெல்லாம்
அவை நீரின் ஆழத்திற்குச் செல்கின்றன
சில மீன்கள் பூஞ்சைகளைத் தின்கின்றன
சில மீன்கள் பாறைகளில் ஒளிகின்றன
சில மீன்கள் மண்ணுக்கடியில் புதைகின்றன

சில மீன்கள் அமைதியாகத் தன்னை
மேலே மிதக்க விடுகின்றன
அவை மீண்டும் நீருக்கடியில் செல்வதேயில்லை

இனி மிதக்க ஒன்றுமில்லை எனும் போது
உடையும் அணையில் நானொரு துத்தி பூ

இந்த அகண்ட நிலம்
உங்களுடையதாக இருக்கலாம்

ஆனால்,
இந்தச் சிட்டுக் குருவியின் கூடோ
ஆகாசத்தில் ஆடும் அரண்மனை

ஆசைகள்

என்னிடம் கொஞ்சம் ஆசைகள் இருந்தன
அது குழந்தைகளின் கிலுகிலுப்பைப் போன்றது
அணில் குஞ்சுகளைப் போல ஓடவிட்டேன்
அது தத்திதத்தி ஓடி கங்காருவானது
ஒரு நாள் ஏரியில் விழுந்து
நீர்க்குமிழி வெடிப்பில் தன்னை நிறைவேற்றிக்கொண்டது

வேண்டுதல்

அவள் எவ்வளவு அழகாக வீணையை மீட்டுகிறாள்
அவள் எவ்வளவு அழகாகப் பாடுகிறாள்
அவள் எவ்வளவு அழகாகத் தூளியாட்டுகிறாள்
அவள் எவ்வளவு அழகாக ஆரக்கட்டுகிறாள்
அவள் எவ்வளவு அழகாக மலர்கொய்கிறாள்
அவள் எவ்வளவு அழகாகத் தலையாட்டுகிறாள்
அவள் எவ்வளவு அழகாகச் சிரிக்கிறாள்
அவள் எவ்வளவு அழகாக அழுகிறாள்
அவள் எவ்வளவு அழகாகத் தொனத்தொனக்கிறாள்
பாருங்களேன்

அவள் எவ்வளவு அழகாக அந்தக் கத்தியைச் சாணைப்
பிடிக்கிறாள்
அவள் எவ்வளவு அழகாக அவன் இதயத்தை
ஆர்டிக்கல் வென்ரிகல் மாறாது அறுக்கிறாள் அதோ
அவள் எவ்வளவு அழகாகத் தாமரை வேண்டி
உப்புக்கடலுள் இறங்குகிறாள் பாருங்களேன்